SIKU   40 AROBAINI

KUFUNGA SAHUMU YA KUJIACHILIA KWA WATOTO KUHUSIANA NA KIWANGO CHA MTOTO

Hii ndio Safari Yangu

A.J. Owens

Good Success Publishing

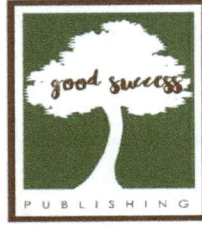

Kimechapishwa na Good Success Publishing

Good success publishing

Siku 40 za kujiachilia kwa mtoto

(c) 2014 na Aj Owens

Ombi kuhusiana na habari inapaswa kuhushisha Good success publishing,
 sanduku la posta 5072 uppere Malboro,MD 20775
 ISBN : 978-0-9837895-5-0 (Soft cover)
 Nambari ya maktaba ya congress.
Kitabu hichi kimechapishwa na karatasi isio chapa ya simu.

Nuku zote za maandiko, mradi tu zitihirishwe simetoka kwa tafsiri ya CEV (C) 1991, 1992, 1995 NA SHIRIKA LA Kimarikani la Bibilia, kilipeanwa ruhusa ili kitimike.

Aliyeweka kara: August Pride, LLC

Kimechapishwa Marikani.
Kimetafsiriwa kwa lugha ya kiswahili na Pastor Anthony Lusichi Mbukhitsa, Sanduku la posta 4727-30100 Eldoret Kenya Barura Pepe; anthony lusichi05@yahoo.com
@ymbuchitsa@gmail.com
Numer ya simu: +254728002508

Kitabu hichi kimewekwa wakfu kwa Mungu na kila maisha ya kujiachilia kwa mtoto hasa dada yangu Aaliyah.

MAELEZO

UTANGULIZI

Jmbo Jina langu ni A.J Owens. Nina miaka 9 Jina la mama yangu ni Dr. Celeste. Daktari wa Kisychologia. Uwasadia watu kujielewa kuhusiana na hisia yao. Tuliandika kitabu hiki ili tuwavute karibu na Mungu.

Mwaka 2010, mamayangu alifanya mfungo mwingi. Je unajua kufunga sahumu ni nini? Ni wakati unapeana kitu au jambo na kuacha chakula, lakini mfungo huu wa kujiachilia ni tofauti. Katika hali hii ya mfungo utapidi ujiebushe kabisa na kutoa jambo linaloonekana kuwa la muhimu sana kwako kuliko Mungu na kuwa bora kwa ajili ya Mungu na kuwa rafiki wake, jambo unalo wakati mwingine kulienzi kuliko Mungu

HAPA KUNA WAZO KUHUSIANA NA KILE UNAPASWA KUACHA.

- Michezo ya video
- Peremende au vitu vitamu
- Wanasesere
- Televisheni au Runinga

Ninajua inasikika kuwa ngumu, lakini unaweza kufanya hivyo: nimefanya na pia watoto wengine wamefanya hivyo.

Kumbuka, baada ya kwanza usiaje na upotee na kwanza kutenda kinyume au mabaya, Mungu pia anatazama kuwa inawezekana ukosee lakini hiyo ni sawa usikate tamaa. Endelea kujipeana kwa Mungu kwa hizo siku Arobaini (40)

1. Kamilisha maandalizi ya kufunga mlango Juma 1 kabla uanze kufunga kwa kujiachilia.

2. Waulize marafiki wafunge pamoja na wewe kujiachilia kila siku, na uombe kila siku.

MRUHUSU MUNGU AFANYE JAMBO JIPYA

Mwaka 2009, mama yangu alimsikia Mungu akimwambia afanye mageuzi kwa maisha yake. Kwa utiifu aliacha kazi yake ili afanye kazi ya nyumbani.

Akiwa nyumbani pamoja nasi, Mungu alimuuliza afunge sahumu alifanya hivyo, alifunga mfungo kwa siku Arobaini (40)

Kisha Mungu alimwambia afunge tena na watu wengine naye alifanya hivyo. Marafiki wake watano walifunga pamoja naye mara hiyo ya 2.

Baada ya hiyo Mungu alimuuliza afunge pamoja naye wakati huo watu 100 walifunga mfungo pamoja naye hapo ndipo alianza mfungo huu wa kujiachilia kuwa siku Arobaini (40)

Sasa maisha yake yako tofauti sana. Mungu anataka kubadilisha maisha yako pia!

Je, unapata gradi isiyo nzuri? Usijali Mungu anataka kukupa gradi zilizo nzuri. Jee unakumbana na misukumo ya kivita? Mungu anataka kukusaidia jinsi ya kutulizana kuelekeza hasira yako. Je unamashaka wakati mwingi? Mungu anataka kutupa Amani.

Kile unapaswa kufanya ni funga sahamu pamoja nami. Jiandae. Tutaanza Jumatatu.

MAENEO YA UAMINIFU

Ni jambo lipi liya unahitaji Mungu akutendee? Andika majibu yako hapa chini

_____

_____

_____

_____

Kufunga mfungo wa kujiachilia au kujipeana ni nini?

Kujiachilia ni neno kuu linalo maanisha (kufika kikomo")

Mfungo wa kujiachilia ni wakati umefika kikomo kuhusiana na jambo na unahitaji kuwa karibu na Mungu.

Umewahi kuona kile watu hufanya wakati wameshikwa au kukamatwa na askari? Wao ufanya nini? Wao uinua mikono yao hewani. Wanapofanya hivi Askari uchukua ushukani wote na nguvu.

Unapofanya mfungo huo wa kujiachilia na kujitenga, utampa Mungu uwezo wote na atakusaidia kubadilika!

Mama yangu alizoea kula chakula cha manufa lakini wakati Mungu alimwambia awache, alipidi kuachilia. Sasa ana afya nzuri sana.

MAENEO YA UAMINIFU

Kuna jambo lolote unataka kuacha au kukoma kuendelea kufanya?

_____

_____

_____

Chini andika ombi ukimuuliza Mungu akusamehe

_____

_____

MJASIRI NA MWENYE USHUJAA

Wakati mama yangu alianza kuandika kitabu hiki Mungu alimwambia awe mjasiri na mwenye ushujaa.

Je unajua kuwa na ushujaa ina maanisha nini? Ina maanisha kuwa mwerevu.

Je wewe ni mwerevu?

Wakati mwingine sio rahisi kuwa mwerevu, hasa sana wakati mtu anajaribu kukuvuta chini. Lakini Mungu anataka wewe uwe na ujasiri na mwenye ushujaa na ujisimamie mwenyewe.

Mama yangu alikuwa akisumbuka sana kuhusiana na kile watu wanasema kumhusu yeye. Angelifanya mambo ambayo hakukusudia kufanya kwa sababu alitaka watu wampende na kumkubali.

Je uliwahi fanya hivyo?
Basi ni sawa. Wakati mwingine mimi nina matatizo na jambo hilo pia. Wakati wetu wa kufunga sahamu, Mungu atatusaidia kuwa wenye hekima na kufanya yaliyo sawa, hata wakati tuana uoga.

MAENEO YA UAMINIFU

Watoto wengi wanauoga wa vitu vikubwa vya kutisha. Umewahi kushituliwa na vitu kama hivyo? Wewe ulifanya nini kuhusiana nayo.

_____
_____
_____

Mungu atakulinda. Omba ombi hili la kihekima kwa Mungu: Bwana, ninaogapa kuhusiana_____. Tafadhali nisaidie nisiwe na uoga. Ninafahamu kuwa haujaniba roho wa uoga, lakini ya upendo, na uweza na akili timamu. Ninawaza kufanya kila jambo unayo niamuru kutenda. Ninaweza kuwa mwerevu kwa sababu unanipenda nami ninakupenda pia.

KWA NINI SIKU AROBAINI?

Unaweza kukosa kufahamu hayo lakini nambari arobaini ni nambari muhimu sana kwa Mungu.

Hapa kuna baadhi ya vitu vilivyo fanywa kwa Bibilia vikitumiwa kwa siku arobaini (40)

- Wakati Nuhu alikuwa kwenye safina, mvua alinyesha siku arobaini (40).
- Wana wa Israeli walisumbuka jangwani miaka arobaini (40).
- Yesu alifunga mfungo wa siku arobaini (40)usiku na siku arobaini (40)mchana.

Mariko 9:29 mambo mengine ufanyika bora unapo omba na kufunga. Mambo uliyodhania kuwa hayawezekani yanawezekana unapoomba na kufunga.

Unaweza kumuomba Mungu kuhusiana na jambo lolote lile. Yeye ni rafiki wako na kwa siku zijazo 40 utamjua yeye saidi ya vile ulikuwa unamjua yeye. Naye atayafanya yasiyowezekana kwa siku hizo 40.

MAENEO YA UAMINIFU

Mungu anaweza kufanya yasiyowezekana.Andika ombi kuhusiana na kile unahitaji kwa Mungu ili akutendee kuhusiana na siku 40.

_____

_____

_____

_____

_____

_____

HAIELEWEKI

Wakati mwingine watu wanaweza kuwa wachoyo.Uniumiza sana hisia zangu mtu anaponiita kwa jina.

Mwaka jana, baadhi ya watoto shuleni walikuwa wakinidhiaki kwa sababu hawakupenda kiatu changu. Waniniita majina. Ilinisababisha nijihisi vipaya sana. Nikajidharau sana.

Nilipofika nyumbani nikamwelezea mama yangu. Naye akaniambia; "AJ wakati mwingi watoto uwadhania watoto wenzao ni kwa sababu wao ujidharau hivyo. Hawadhanii kuwa wao ni bora, kwa njia hiyo wanawadhania watoto wengine ili kwamba wajione kuwa angalau wanafaa. Nina jambo hili linaweza kuwa ngumu lakini linafaa.

Tukaomba ombi pamoja na mama yangu kuhusiana na watoto wale waliokuwa wakinidhiaki. Kwa kweli maombi yalifanya kazi! Mungu alinisaidia nifanye urafiki na watoto ambao wana urafiki nami.

MAENEO YA UAMINIFU

Je mtu yeyote amewahi kukuita majina? ili kusababisha ukajihisi vipi?

_____
_____

Wewe ni wa muhimu na unapendeza jinsi ulivyo. Taja mambo 3 unayoyapenda na maisha yako.

1. _____

2. _____

3. _____

TARAJIA YASIYOTARAJIWA

Karibu kwa mfungo wa kujipeana/kujiachilia.

Siku ya 1 Mungu anataka utarajie yasiyotarajiwa. Hiyo inamaana kwamba unapaswa kutarajia Mungu afanye jambo litakalo kushangaza.

Unajiachilia kwa Mungu kuhusiana na nini?
_____

Leo tunajifunza kuhusiana na jinsi ya kuwa mnyenyekevu unategemea Mungu kwa kila jambo. Unapokuwa mnyenyekevu unaomba. Ukiwa mnyenyekevu unamheshimu Mungu.

MAENEO YA UAMINIFU

Kila siku ya mfungo huu Mungu anataka umuombe yeye. Ili litamwonyesha Mungu kuwa wewe ni mnyenyekevu. Je unaweza kumuomba yeye kila siku? Vyema! Andika ombi kwa Mungu hapa:

_____

_____

_____

Kifungu cha kukariri

Mungu alisema: Maana mawazo yangu si mawazo yenu, wala njia zenu si njia zangu; asema Bwana. Kwa maana kama vile mbingu silivyo juu sana kuliko nchi, kadhaLika njia zangu si juu sana kuliko njia zenu,na mawazo yangu kuliko mawazo yenu (ISAYA 55:8-9)

MUDA, UWEZO, DHAWABU

Je unakumbuka ni kwa nini unafunga? Jambo hilo ni sawa. Kumkaribia Mungu! Lakini hapa kuna siri kidogo. Unapomkaribia Mungu, yeye anaenda kukuzawadi wewe.

Watu huzawadiwa kwa aina tofauti ya vitu. Huzawadiwa kwa kumaliza majukumu yao, na kupata hali iliyopotea, na kukariri maandiko muhimu kwenye shule ya Jumapili.

Kweli nina habari njema kwako. Kufunga sahumu umpendeza Mungu naye atakuzawadi.

Zawadi ninayoitaka kuhusiana na mfungo huu wa kujiachilia nipate alama nzuri kuhusiana na somo langu la kifaransa. Wakati ninapata alama mbaya watoto uniita kiziwi na jambo hilo unifanya nijiihisi vibaya. Basi wakati huu wa mfungo ninaenda kuwa mwangalifu na makini nifanye kazi ya ziada, na kuomba. Nina fahamu kua Mungu atanizawadi!

MAENEO YA UAMINIFU

Je ungali unaachilia vitu ulivyo kuwa unavipenda? _____Ndio._____la

Kujitolea kwako kuhusiana na kufunga kwako kutagaramia. Ninatarajia alama iliyo nzuri. Ni zawadi gani unayohitaji kutoka kwa Mungu? Iandike hapa:

_____

_____

_____

Kifungu cha kukariri

Jipandieni katika haki, funeni kwa fadhili, uchimbueni udongo wa mashamba yenu, kwa maana wakati umewadia, kumtafuta Bwana, atakapokuja na kuwanyeshea haki.
Hosea 10:12

KUJENGA NA KUFANYA UPYA

Je unafahamu jinsi ya kujenga upya jambo? Inamaanisha kujenga jambo tena baada ya jambo hilo kuharibiwa ama kubomoka.

Ni nini unayoipenda sana kama hadithi? Yangu ni nguruwe watatu. Ninapenda msemo huo kwa sababu nguruwe yule mwerevu alijenga nyumba ya matofali ndiposa mbwea hataweza kuiangusha. Alikuwa anawaambia rafiki zake wafanye hivyo, lakini hawakuweza kumsikiza sana kwa sababu mbwea alisiangusha nyumba zao chini. Mwishowe nguruwe mwenye hekima aliweza kuwasaidia marafiki wake kujenga upya nyumba zao ingawaje walikuwa wamekosa kutii.

Mbwea kuhusiana na hadithi hii alikuwa ni mtu mbaya. Yeye hakuwa rafiki yao. Ni nani huyo mtu mbaya maishani? Shetani. Shetani anajua kuwa akitusababisha tumuasi Mungu na wazazi, atatuingiza kwenye matatizo makubwa.

Lakini hapa kuna habari njema. Tunaweza kufanikiwa kama yule nguruwe mwenye hekima ikiwa tutajipeana kwa Mungu kisha Mungu atatutumia kuwasaidia wengine kujenga upya maisha yao na kufanikiwa kikamilifu.

MAENEO YA UAMINIFU

Je umewahi kuasi au kutotii?_____ndio_____la. Kwa nini ni muhimu kuwa na heshima?

_____

_____

> **Kifungu cha kukariri**
>
> Nao watajenga mahali pa kale palipo haribiwa, watapanuamahali palipo kuwa ukiwa zamani, watatengeneza maji iliyo haribiwa na mahali palipoachwa kizazi baada ya kizazi.
> (Isaya 61:4)

UPANDE ULE MWINGINE

Kuna nyakati ambapo mama yangu hufanya mambo asiyopenda kufanya. Kama kuandika vitabu. Lakini hata hivyo anaandika tu kwa sababu Mungu amemhamuru kufanya hivyo.
Kuna nyakati ninajikuta ninafanya mambo nisiyopenda kufanya, kama kuvalia vazi langu la majira ya baridi yaliyo makuu. Hata hivyo inabidi ni livae.

Unapoulizwa ufanye jambo, hata kama utaki, hilo linaitwa utiifu.

Ni muhimu sana kuwa mtiifu. Unapokuwa mtiifu unawaonyesha wale wengine kuwa unaweheshimu.Na pia unawaonyesha wengine kuwa unawapenda.

Marko 4:35, Yesu aliwaamuru wanafunzi wake wafuke ngambo nyingine ya mto. Sio kwamba walitaka kufanya hivyo, walifanya hivyo kwa sababu walimpenda Yesu. Ingawaje walikuwa na uoga jambo likafanyika la ajabu.

MAENEO YA UAMINIFU

Njia ya pekee ya kuonyesha Yesu kuwa mnampenda ni njia ya kuwaheshimu wazazi. Taja jambo moja ambalo mama yako alikuamuru ufanye.

_____

Je wewe ni mtiifu? Kwa nini? Kwanii sio?

_____

Kifungu cha kukariri

Ninyi watoto, watiini wazazi wenu katika mambo yote
maana jambo hili lapendeza katika Bwana.
(Wakolosai 3:20)

ITAKUJA KUTIMIA

Unapompa mtu ahadi inamaanisha kuwa utafanya kile ulisema utafanya. Watu wengine huwa hawatunzi ahadi kwangu na kwa familia yangu. Ametuambia kuwa tutaenda mataifa mengine kufundisha mengi kumhusu yeye.

Baadhi ya watu katika mataifa tutakayo tembelea uongea lugha nyingine. Nashukuru kwamba ninaongea kifaransa.

Sijakuwa waufasaa sana kuhusu lugha hiyo ila Mungu aninisaidia nipate alama iliyo nzuri.
Ninajua Mungu atadumisha ahadi yake na tutatembelea mataifa mengine.

MAENEO YA UAMINIFU

Taja ahadi mojawapo Mungu amekwisha kupa wewe.

_____

Unadhania kuwa Mungu ataweka ahadi yake? Kwa nini siyo?

_____

_____

Kifungu cha kukariri

"Kifungo cha kukariri"
Kila neno la Mungu limehakikishwa;
Yeye ni ngao ya wamwaminio
(Methali 30:5)

MAENEO YA UAMINIFU

Mambo ya ziada ya leo:

1. Pitia na kukariri vifungo vya Bibilia

2. Andika anga jambo moja ambalo Mungu amekutendea hivi leo.

_____

_____

_____

_____

_____

_____

MAENEO YA UAMINIFU

Mambo ya ziada ya leo:

3. Pitia na kukariri vifungo vya Bibilia

4. Andika anga jambo moja ambalo Mungu amekutendea hivi leo.

_____

_____

_____

_____

_____

IMARISHA IMANI YAKO

Wakati mmoja mama yangu alikuwa mgonjwa. Yesu alimponya. Sasa ana imani yeye uwaambia watu kuwa hatawahi kupata ugonjwa huo tena.

Je unaelewa imani ni nini?

Imani ni kuamini kuwa Mungu anaweza kufanya chochote na hakuna jambo lililo gumu kwake!

MAENEO YA UAMINIFU

Ni maombi ya aina gani unayotaka Mungu ajibu.

_____

_____

_____

Je waamini kuwa Mungu anaweza kujibu maombi yako?____ndio_____la

Kifungu cha kukariri

Nanyi mkiomba lolote kwa jina langu, hilo nitalifanya, ili Baba atukuzwe ndani ya mwana.
(Yohana 14:13-14)

WAOMBENI MAADUI WENU

Wakati mmoja mama yangu alikuwa mgonjwa. Yesu alimponya. Sasa ana imani yeye uwaambia watu kuwa hatawahi kupata ugonjwa huo tena.

Je unaelewa imani ni nini?

Imani ni kuamini kuwa Mungu anaweza kufanya chochote na hakuna jambo lililo gumu kwake.

MAENEO YA UAMINIFU

Andika majina ya wafu waliokuumiza kukuumiza.

_____

_____

_____

Mungu alisema tunapaswa kupenda maadui wetu na kuwaombea. Usiku wa leo utakapo kuwa ukiomba hakikisha unawaombea kila mmoja aliyoko kwenye orodha yako.

Kifungu cha kukariri

Usifurahi adui yako aangukapo;
wala moyo wako usishangilie
ajikwaapo, Bwana asije akaliona hilo likamkasirisha,
akageuzia mbali naye hasira yake.
Methali 24:17-18

KUFANYWA UPYA NI MUHIMU

Je unaweza kuwa na wakati wa mapumziko? Mimi huwa sipendi kwenda kitandani, lakini mama yangu alisema uzingizi ni lazima. Ukweli ni kwamba miili yetu hii inahitaji kupumzika.

Unapolala ni kama njia moja ya kutuma mwili kwenye mapumziko. Unapoendelea kulala mwili wako unapata nguvu tena, unahitaji nguvu ikiwa unahitaji kufanya vyema shuleni na kucheza mchezo.

Kwa hivyo usiku wakati mama yako anaposema "sasa ni wakati wa kulala" nenda ukalale bila kulalamika.

MAENEO YA UAMINIFU

Andika anga sababu moja inayoonyesha ni muhimu kupata uzingizi.

_____

_____

_____

Usiku wa leo nitaenda kulala sa_____usiku (andika wakati utalala).

Kifungu cha kukariri

Akawambia njooni ninyi peke yenu kwa furaha, mahali pasipokuwa na watu, mkapumzike kidogo.

(Mariko 6:31)

MIMI NI WA KIPEKEE

Mama yangu alipokuwa akikua alikua mashirika wa kanisa la kipendakosti. Kulikuwa na aina zote za kanuni na sheria kama wanawake hawangeruhusiwa kuvaa mavazi ya kubana na hakuna yeyote aliyeruhusiwa kuhudhuria maeneo ya sinema. Likuwa katika hali ya kujiona kuwa ni wa kipekee au wa kitofati na hata hivyo khakupendezwa sana nayo. Hata hivyo alijaribu kujiingi kwa hali hiyo kwa watoto wabaya lakini haikufanya kazi.

Mimi niwakitofauti pia. Mimi upenda kucheza mpira wa vikapu. Wakati ninawasikia wavulana kwenye mpira ikasababisha laana. Mimi huwaambia waache kwa sababu Mungu anaweza kuwasikia na sio jambo nzuri. Waliniangalia kwa uchungu lakini sikujali jambo hilo mimi ni wa utofauti na hilo ni jambo sawa.

Wazia nini? Ukiwa na yesu moyoni mwako basi wewe ni wa utofauti. Sio kwamba wewe ni tofauti katika kuonekana, lakini tofauti na pia wakipekee; wewe ni wadhamana kwake Mungu hupaswi kukosa kujua hilo. Unapaswa kuwa wewe mwenyewe na Mungu atakutumia kubadilisha ulimwengu kama vile anamtumi mama yangu pamoja na mimi pia.

MAENEO YA UAMINIFU

Je wewe ukotofauti?_____ndio_____la. Ni nini hicho kinacho kufanya uwe wa kipekee.

_____

_____

Kifungu cha kukariri

Bila nimyi ni mzao mteule ukuhani wa kifalme, taifa takatifu, watu wa milki ya Mungu, mpate kuzitangaza fadhili zake yeye aliye waita mtoke gizani mkaingie katika nuru ya ajabu.
(1 Petro 2:9)

MARAFIKI WAKE MUNGU

Rafiki ni mtu unayemfahamu na yule anayempenda sana. Nina marafiki wengi, lakini hakuna hata mmoja aliye wa dhamana kama Mungu.

Je unafahamu kwamba wewe ni rafiki wa Mungu? Ni kweli kwamba anakupenda kuliko mwingine yeyote yule anayeweza.

Kuna njia kadhaa za kuonyesha kuwa wewe ni rafiki wa Mungu pia. Unaweza kufanya hivyo kwa kumwomba yeye akusaidie. Ni njia moja ya kumuonyesha Mungu kwamba wewe ni rafiki yake . Unapowaelezea wengine kumuhusu yeye.

MAENEO YA UAMINIFU

Je unaamini kuwa Mungu ni rafiki yako_____ndio_____la.

Unamdhihirisha Mungu vipi kwamba yeye ni rafiki yako?

_____

_____

_____

Kifungu cha kukariri

Nawapenda wale wanipendao
na wale wanitafutao kwa bidii
wataniona.
(Methali 8:17)

MAENEO YA UAMINIFU

Mambo ya ziada ya leo:

1. Pitia na kukariri vifungo vya Bibilia

2. Andika anga jambo moja ambalo Mungu amekutendea hivi leo.

_____

_____

_____

_____

_____

_____

MAENEO YA UAMINIFU

Mambo ya ziada ya leo:

1. Pitia na kukariri vifungo vya Bibilia

2. Andika anga jambo moja ambalo Mungu amekutendea hivi leo.

_____

_____

_____

_____

_____

_____

NINATANGAZA VITA

Inawezekana mambo ya siende kama unavyodhania kuwa. Pengine unapitia matatizo nyumbani au matatizo shuleni. Ikiwa ni hivyo basi usishushike moyo.

Shetani anataka ujiihisi vipaya kisha ukate tamaa. Ni aina moja kuwa anavita na wewe. Anapigana na wewe kwa sababu unampenda yesu, lakini usiwe na mashaka kumhusu yeye. Mungu anapigana vita hivi kwa niaba yako na wewe ni mshindi.

Kila mmoja ana matatizo tofauti maishani. Kwa hivyo muombe Mungu na umuulize akusaidie ufaulu naye atakusaidia.

MAENEO YA UAMINIFU

Andika chini matatizo mengi unayoyapitia sasa hivi.

_____

_____

Enda kwa wazazi na uwaonyeshe kile umeandika. Waulize, waombe na wewe kuhusiana na shida uliyo nayo.

Kifungu cha kukariri

Kwa maana kushindana kwetu sisi si juu ya damu na nyama. Bali ni juu ya falme na malaika, juu ya wakuu wa giza hili, juu ya majeshi ya pepo wabaya katika ulimwengu wa roho. (Waefeso 6:12)

MTU MKUU NA WA KIPEKEE

Wakati Mungu yumo ndani yako yeye ukupa uwezo kufanya jambo lililo sawa.

Ukiwa na Mungu unaweza kufanya kila kitu, unaweza kupata alama nzuri, unaweza kuishi kulingana na ndoto yako, unaweza kuwa kile unataka kuwa unapokuwa mtu mzima.

Mruhusu Mungu mwenye nguvu zote akusaidie kutimiliza ndoto zote ulizo nazo.

MAENEO YA UAMINIFU

Ikiwa kweli wewe ni shujaa kwa ajili ya Mungu basi sina jako ni nani?

_____

Chora picha kukuhusu wewe kama shujaa wa Mungu

Kifungu cha kukariri

Bali wao wamngojeao Bwana watapata nguvu mpya watapanda juu kwa mbawa kama tai; watapiga mbio wala hawatachoka, watakwenda kwamiguu, wala hawatazimia.
(Isaya 40:31)

MUNGU ALIYE NDANI YANGU

Ukiwa umeokoka Mungu yuko ndani yako. Na wakati Mungu yuko ndani yako, popote ulipo, ni vizuri sana ukiwapo karibu.

Kila asubuhi mama yangu utuombea. Jambo hilo unifanya nijihisi salama. Na pia mimi upenda maombi yake maana unikumbusha kuwa malaika wa Mungu wananilinda pia shule yetu na kila mmoja aliyeko ndani ya shule. Kwa hivyo wachana nuru yako iangaze tu, wacha Mungu akutumie kuwa wa Baraka kwa kila mmoja aliyeko karibu naye.

MAENEO YA UAMINIFU

Je mmekubali Yesu moyoni mwenu?_____NDIO_____LA

Ikiwa jawabu lako ni "la" kile unapaswa kufanya ni urudie ombi hili nyuma yangu: "Bwana mpendwa, ninatambua kwamba mimi ni mwenye dhambi. Nina tambua kwamba ulimtuma Yesu awe mwokozi, na kufa msalabani ili aukumiwe kwa niaba yangu. Ni najua kwamba Yesu alifufuka toka mauti naye atarudi tena. Nina kuomba unisamehe na uingie maishani mwangu na unipadilishe. Niongoze maishani na unisaidie unifuate siku zote maishani.Asante kwa kunisamehe na kuniokoa na utanipokea mbinguni nitakapo kufa. Kwa jina la Yesu. Amina.

Pongezi! Sasa mwambie mzazi na mshirika wa kanisa yako kile mlitenda.

> **Kifungu cha kukariri**
>
> Kisha wakaliweka sanduku la Bwana juu ya gari pamoja na kisha wenye panga wa dhahabu na zawadi za majibu yao
> (II Samweli 6:11)

CHANZO CHA UHUSIANO MWEMA

Mungu anataka tushikamane na wengine. Ili ni jambo la muhimu kwake.

Ni muhimu kuwa marafiki na haki zao? Tunapokuwa na marafiki tunajihisi vyema. Tunapokuwa na marafiki tunakuwa na mtu wa kuongea na kucheza naye.

Unapoona kuwa ni vigumu kuwa na marafiki, Mungu anaweza kukusaidia. Kila unachopaswa kufanya ni kuomba. Na tena, ongea na wazazi wako ama mtu mzima wa kuaminika kuhusiana na jambo hili. Wanaweza kusaidia.

MAENEO YA UAMINIFU

Je unashangaa kuhusiana na baadhi ya marafiki wako? Muulize Mungu akusaidie useme maneno yanayofaa ili muwe marafiki tena. Andika hapa kile utasema kwa marafiki wako:

_____

_____

_____

Kifungu cha kukariri

Tazama, jinsi ilivyo vema na kupendeza ndugu wakae pamoja, kwa umoja.
(Zaburi 133:1)

30

Ningali katika hali ya kujiachilia

Umekwisha kujiachilia anga karibu kutamatisha nusu ya mfungo. Je unaendelea vipi? Ninatumaini ungali unajiachilia.

Haya ndiyo machira katika mfungo ambapo watu wazima ujiachilia na kukoma kuendelea.

Wao uanza kutoa visababu na kusema hali ni ngumu, ukweli ni kwamba hakuna jambo lililo ngumu ukimtegemea Mungu.

Ninaelewa kuwa inawezekana iwe ni vigumu kuachilia kuhusiana na kile umejitolea kujiachilia kwa hicho, lakini unaweza kufanya ila omba kwa Mungu na umuombe akusaidie kumaliza.

MAENEO YA UAMINIFU

Je umejaribiwa kukata tamaa kuhusiana na mfungo huu? ____ndio____la
Ni nini hicho kitakacho kukusaidia ili usikate tamaa au kuchoka? Andika jawabu lako hapo chini.

_____

_____

_____

Kifungu cha kukariri

Watu wetu alimshinda Shetani
Kwa sababu ya damu cha Mwanakondoo
na ujumbe wa Mungu.
(Ufunuo 12:11a)

MAENEO YA UAMINIFU

Mambo ya ziada ya leo:

1. Pitia na kukariri vifungo vya Bibilia

2. Andika anga jambo moja ambalo Mungu amekutendea hivi leo.

_____

_____

_____

_____

_____

_____

MAENEO YA UAMINIFU

Mambo ya ziada ya leo:

1. Pitia na kukariri vifungo vya Bibilia

2. Andika anga jambo moja ambalo Mungu amekutendea hivi leo.

_____

_____

_____

_____

_____

_____

PANGUZA FUMBI KUTOKA KWA NDOTO YAKO

Je una ndoto? Ndio. Nina ndoto ya kufanya vizuri katika somo la hesabu. Ninajua kwamba Mungu atanibariki kwa sababu alinibariki kwa lugha ya kifaransa. Nilikuwa nikipata alama ya D kwa somo la kifaransa lakini sasa ninapata A! Mungu amenibariki kupata A. Kwa lugha ya kifaransa tulipoanza kufungu!

Kitambo sana mama yangu alikuwa na ndoto ya kuwa mwanasaikologia na alifaulu. Yeye ni mfano kwetu kuwa kuwa unasema kufaulu kwa jambo lolote tunaweza mawazo yetu. Hakuna jambo lililo ngumu kwa Mungu.

MAENEO YA UAMINIFU

Andika chini au uchore picha ya ndoto uliyonayo kwenye sanduku.

Kifungu cha kukariri

Kwa maana ndoto huja kwa sababu ya shughuli nyingi: na sauti ya mpumbavu kwa njia ya wingi wa maneno.
Muhubiri 5:3

UPENYEZI WAKE UNAFANYIKA WAZI

Umewahi kumsikia mtu akiwa mchoyo na kukuchukia bila sababu? Hilo lilitendeka kwa mwanamke mmoja kwa jina Tamar kwenye Bibilia.

Tamar Babake mkwe kwa jina Yuda alikuwa mchoyo kwake na hakuweza kutambua ni kwa nini. Basi akaja na mpangiliokumtwa yuda ampende, ilifanya kazi baada ya Yuda angelimpenda.

Elewa kwamba sio kila mtu atakupenda na hiyo ni kweli. Wakati mwingine hawakubali bila sababu, lakini endelea kuwapenda. Unajua ni kwa nini? Kwa sababu Mungu yuko ndani yako naye ni upendo.

MAENEO YA UAMINIFU

Ni nini hilo unapaswa kufanya kumuonyesha upendo wa Mungu hata kama mtu yule hakupendi?

_____

_____

Andika sababu moja kwa nini unafikiri kuwa watoto hawapendi watoto wengine.

_____

Kifungu cha kukariri

Ikiwa aliporudisha mkono wake, tazama, ndugu yake akatoka. Akasema mbona umepita
kwa nguvu wewe? Mambo ya nguvu na yakuandame
kwa hivyo jina lake litaitwa peresi.
(Mwanzo 38:29)

MAOMBI YALIYOJIBIWA

Je umekuwa ukiomba Mungu? Ni jambo ambalo unaliomba.

Mungu siku zote anasikiliza na atajibu maombi yako. Inawezekana asijibu maombi yako jinsi unavyotaka atajibu na kutekeleza kile unacho taka.

Haba kuna baadhi ya vitu unavyopaswa kukumbuka kuhusiana na maombi. Moja , siku zote waombeeni wengine pili, unapoomba usiwe na mashaka kwa sababu Mungu atajibu maombi yako.

MAENEO YA UAMINIFU

Je unafahamu mtu anayehitaji maombi?

Andika majina yao hapa_____

Andika maombi kwa ajili yao hapa.

_____

_____

_____

_____

Kifungu cha kukariri

Ndipo Eli akajibu, akasema, enenda kwa amani na Mungu wa Israel akujalie haja yako uliyomwomba.
1 Samweli1:17

WAFU WATAISHI TENA

Yesu alifanya miujiza mingi, mojawapo ya miujiza yake alimfufua msichana mdogo toka mauti, babayake Jairo alimshukuru sana Yesu.

Wakati mwingine tunamatatizo inayotufanya tujihisi kuwa hatuna tumaini, kana kwamba tumaini lote limekufa.

Nilijihisi hali hiyo nilipokua na somo la kifaransa. Niliwasia kuwa hakuna siku nitawahi kuwa na alama nzuri ya somo la kifaransa. Lakini Mungu alinisaidia na sasa nina tumaini! Hakuna jambo lililo gumu kwa Mungu.

MAENEO YA UAMINIFU

Je unashida ambayo unahitaji mzaada? Andika shida hiyo hapo.

_____

_____

_____

Mungu anatumia watu wazima kutusaidia, mwambie mtu mzima anayemwamini na uwaulize wakusaidie kile watu wazima ufanya watakuelezea suluhisho la matatizo kweli.

Kifungu cha kukariri

Lakini Yesu aliposikia lile neno likinenwa akamwambia mkuu wa sinagogiusiogope amini tu.
(Mariko 5:36)

KILICHO KUSUDIWA KUWA CHANGU NI CHANGU TU

Je unaelewa wivu ni nini? Ni wakati unaona wivu kuhusiana na kitu alicho mtu mwingine, kama baiskeli yake, Doli au mavazi.

Je umewahi kumuonea mwenzako wivu. Ni mewahi lakini mama yangu alinifundisha kwamba sipaswi kuwa mtu mwenye wivu dhidi ya mtu awaye yote kwa sababu Mungu ananipenda na kile aliconacho kwa ajili yangu hakuna mwingine anaweza kupata.

Kwa kweli usipoteze muda wako kwa ajili ya kuwa na wivu kuhusiana na kile mwingine alicho nacho wewe shukuru kwa kile Mungu amekuba wewe.

MAENEO YA UAMINIFU

Kuwa na shukrani inanisadia usiwe na wifu kwa ajili yaw engine. Andika mambo kumi unayopaswa kuwa na shukrani nayo.

1.	6.
2.	7.
3.	8.
4.	9.
5.	10.

Kifungu cha kukariri

Naye atakuwa kama mti uliopandwa kando kando ya vijito vya maji, uzaa matunda yake kwa majira yake, wala jani lake halinyauki.
(Zaburi 1:3)

MAENEO YA UAMINIFU

Mambo ya ziada ya leo:

1. Pitia na kukariri vifungo vya Bibilia

2. Andika anga jambo moja ambalo Mungu amekutendea hivi leo.

MAENEO YA UAMINIFU

Mambo ya ziada ya leo:

1. Pitia na kukariri vifungo vya Bibilia

2. Andika anga jambo moja ambalo Mungu amekutendea hivi leo.

_____

_____

_____

_____

_____

MUNGU WA WASIYOWEZEKANA

Mungu anaweza kufanya miujiza wakati mama yangu alikuwa akiandika kitabu cha mfungo wa kujiachilia alimuomba Mungu amuokoe ndugu yake na siku ya 29 ya mfungo wa kujiachilia Mungu alimuokoa. Alisema huo ulikuwa ni muujiza.

Chochote kile unahitaji Mungu afanye, Anaweza kufanya, wewe omba tu na uamini. Kumbuka, sehenu ya kuamini ni ya muhimusana. Hilo ndilo Mungu anaita imani. Ukiwa tu na imani kidogo Mungu atatumia hiyo imani na atafanya yasiyowezekana.

Kwa hivyo usikate tamaa. Mungu anaenda kufanya mambo ya kushangaza kwa ajili yako.

MAENEO YA UAMINIFU

Imani ni nini?

_____

Ni jambo lipi kuu unayohitaji Mungu akutendee? Uwe na imani Mungu atatenda.

_____

_____

Kifungu cha kukariri

Yesu akawakazia macho, akawambia,kwa wanadamu hilo haliwezekani: bali kwa Mungu yote yanawezekana.
(Mathayo 19:26)

MUDA MCHACHE UNAHITAJIKA

Nina tumaini kuwa kuhusiana na mfungo wa kujiachilia inakusababisha ujifunze kuwa na muda wa kumtumaini Mungu.

Nilikuwa sana ni kiwa na mashaka kuhusu alama na mambo kama hayo, lakini Mungu amenionyesha kwamba ninaweza kumwamini.

Mwezi wa nne mwalimu wangu aliniambia kuwa sitaweza kupita mtiani ili niende katika kiwango kingine kwa lugha ya kifaransa. Nilioogopa sana niliomba na kumuuliza Mungu anisaidie na kwa kweli alifanya hivyo!

Ingawaje mashule mengi yalikuwa yameendelea lakini, Mungu hakuhitaji muda mwingi wa kusaidia ili kufanya vyema. Mitiani yangu miwili ya lugha ya kifaransa nilipata A na B! sasa ninajua nitakwenda katika kiwango kingine. Nina mwamini Mungu pia ananopenda.

MAENEO YA UAMINIFU

Ni maombi yapi uliyoomba kwamba Mungu alijibu kuhusiana na mfungo huo.

_____

_____

_____

Ikiwa ungali unamungoja Mungu ajibu. Usiwe na shaka atajibu maombi yako.

Kifungu cha kukariri

Maana mawazo yangu sio mawazo yesu,
wala njia zenye si njia zenu.
(Isaya 55:8)

NEEMA NA UTUKUFU

Neema ni kuwa na uweza wa kufanya kile ungeweza kufanya kwa uwezo wako mwenyewe. Mungu hukupa neema. Nikipawa.

Nina hitaji NEEMA ya Mungu kupata alama nzuri. Unahitaji neema ya Mungu ifanye nini? ila wewe omba naye atakupa neema ya kutimiliza ndoto yako.

Ndoto yangu mpya ni kupata alama ya "A" kwa somo la hesabu. Ninafahamu kuwa nikimwamini Mungu na kufanya bidii atasababisha ndoto yangu itimie.

MAENEO YA UAMINIFU

Neema ni nini?

_____

_____

Ninataka nipate alama ya "A" kwa somo la hesabu. Ninahitaji neema ya Mungu. Ni ndoto ipi unataka Mungu aitimilize?

_____

_____

Kifungu cha kukariri

Kwa maana mmeokolewa kwa neema kwa njia ya imani ambayo hiyo haikutokana na nafsi zenu, ni kupawa cha Mungu wala si kwa matendo, Mtu awaye yote asije akajisifu
(Waefeso 2:8-9)

TENDA KANA KWAMBA UMEKWISHA KUONDOKA

Kusonga ina maana kwamba umesonga toka mahali pamoja kuelekea sehemu nyingine. Kama vile unapoenda kiwango cha 2 na cha 3 katika masomo unaposonga toka kwa jirani huyu kwenda kwa mwingine.

Kuhama kunaweza kuonekana kwa ajabu sana, lakini wakati mwingine ni vigumu kufanya jambo ikiwa kile unacho kipenda inabidi ukiwache. Kama marafiki wako wazuri.

Inawesekana usijue jambo hili. Lakini unasonga sasa. Mungu anakuhamisha toka kiwango cha kuwa alama iliyo si nzuri hadi kwa ile iliyo nzuri. Mungu pia anakuhamisha kutoka kiwango cha kuwa hauna rafiki hadi kuwa na rafiki aliye mzuri. Yote kwa sababu unafanya mfungo huo wa kujiachilia! Wewe msikize Mungu jinsi anavyo tu kuelezea na kutenda nawe utafanikiwa.

MAENEO YA UAMINIFU

Umewahi kuwazia kuhama?_____ndio_____la. Kuahama kulikua kwepesi ama kulikuwa na uzito wake?

Mungu anampango kwa ajili yako. Atakupatisha kutoka kiwango cha kuwa mtoto hadi kuwa mtu mzima. Unapofanya mtu mzima unadhania kuwa Mungu anataka ufanye.

_____

_____

Kifungu cha kukariri

Piteni katikati ya mafuo, mkawaamuru hao wafu, mkisema, fanyeni tayari vyakula: kwa maana baadhi ya siku tatu mtavuta mto huu wa yordani, ili kuingia na kuimiliki nchi awapayo Bwana.
Yoshua 1:11

AHADI

Wakati Mungu anaweka ahadi anaitunza na kutimiliza. Mungu alimhaidi Abraham kuwa atakuwa na mwana mvulana ingawaje Abraham alikuwa mzee sana alipata mwana wa kiume kama vile Mungu alivyo Muahidi.

Mungu alimuahidi mariamu kuwa atapata mtoto na kweli akampata Yesu.

Pengine Mungu amekuweka wewe uwe pia ahadi. Ikiwa alifanya hivyo, atatunza ahadi yake, anakupenda sana. Unaweza kumtumainia yeye.

MAENEO YA UAMINIFU

Je mtu yeyote hapa amewahi kufanya Ahadi? _____ndio_____la ikiwa ni ndio ulijihisi vipi? Andika jawabu lako hapa chini.

_____

_____

Mungu siku zote udumisha Ahadi zake. Andika Ahadi moja Mungu alikuahidi. Itakuja kutimia.

_____

_____

Kifungu cha kukariri

Na kila mtu aliyeacha nyumba, au ndugu wa kiume au wa kike,
au baba au mama, au watoto au mashamba kwa ajili ya jina langu, atapokea
mara mia, na kuurithi uzima wa milele.
(Mathayo 19:29)

MAENEO YA UAMINIFU

Mambo ya ziada ya leo:

1. Pitia na kukariri vifungo vya Bibilia

2. Andika anga jambo moja ambalo Mungu amekutendea hivi leo.

_____

_____

_____

_____

_____

_____

MAENEO YA UAMINIFU

Mambo ya ziada ya leo:

1. Pitia na kukariri vifungo vya Bibilia

2. Andika anga jambo moja ambalo Mungu amekutendea hivi leo.

_____

_____

_____

_____

_____

_____

HAKUNA TENA MNG'ANG'ANO

Nina miaka tisa (9), dada yangu Aaliyah ni miaka saba (7). Wakati mwingine anapenda kutumika kama kachitoto kachanga. Kwa mfano, siku nyingine alimuuliza mama yangu ampe kikombe cha kunyonyeshea. Ni kabasa sauti, wewe sio kijitoto kichanga tena!"

Nadhania kuwa anajifanya kama mtoto, ili upate mtazamo wa wazazi. Inawezekana wewe ujifanye pia kama mtoto mchanga. Lakini unapokuwa inapidi utende kulingana na umri wako.

Kwa nini? kwa sababu Mungu utumia vijana wavulana wakubwa na wasichana wakubwa kufanya kazi yake. Ukimruhusu, atakutumia wewe pia.

MAENEO YA UAMINIFU

Wakati mwingine inaweza kuwa raisi kuwa mtoto, lakini kukua pia ni furaha.
Andika mambo 2 unayoyapenda unapozeeka.

1. _____

2. _____

Utakapokuwa mtu mzima taja njia moja Mungu atakutumikia kuubadilisha ulimwengu.

_____

Kifungu cha kukariri

Kwa maana, tazama, Bwana, Bwana wa majeshi
awaondolee Yerusalemu na Yuda egemea na tegemeo:
tegemea lote la chakula na tegemeo lote la maji
Isaya 3:1

KATAA KUKATALIWA

Kukataliwa ni wakati mtu fulani hakupendi au kutaka kuwa rafiki yako. Sipendi sana wakati watu wananidharau.

Wakati Yesu alikuwa ulimwenguni aliwahimiza wafuasi wake wapuuze kukataliwa. Jambo hilo sio raisi kwako kufanya. Wakati watu waliwakataa iliwasababisha wajiihisi wana huzuni, lakini walimuamini Yesu. Ni muhimu kumheshimu Yesu.

Watu watakuchukia wewe. Lakini unajua nini? Mungu hatawahi kukukataa. Anakupenda haijalishi.

MAENEO YA UAMINIFU

Weka mfiringo jinsi unavyo jihisi wakai umekataliwa?

Muulize mzazi au mtumzima wa kuaminika huwa wanajihisi vipi wakati mtu anakukataa. Wauluze jinsi ya kukabiliana na hali ya kukataliwa.

Kifungu cha kukariri

Awasikilizaye ninyi anasikiliza mimi, naye awakataye ninyi anikataa mimi: naye anikataaye mimi amkataa yeye aliyenituma.
Luka 10:16

UNYENYEKEVU KAMA YA MTOTO

Wanafunzi wake Yesu waliuliza, ni nani aliyemkuu? Yesu aliwaambia kwamba wanapaswa kuwa kama watoto wadogo.

Wanafunzi walikuwa wamejawa na kiburi. Yesu alifahamu hivyo. Alitaka iwe zaidi kama watoto kwa sababu watoto ni wanyenyekevu.

Wakati wewe ni mnyenyekevu usidhanie kuwa wewe ni bora kuliko watu wengine. Watoto ni wazuri sana katika hali ya kunyenyekea. Hi ndio sababu Mungu anaweza kututumia pia.

MAENEO YA UAMINIFU

Je umewahi kudhania kuwa bora kuliko mwenzako? _____ndio_____la.

Jinsi gani unayodhania inamfanya Mungu afikirie kuwa sisi ni bora kuliko mtu mwingine?

_____

Wakati unaomba maombi yako usiku omba na uulize Mungu akusaidie uwe mnyenyekevu.

Kifungu cha kukariri

Basi, yeyote ajinyenyekeshaye mwenyewe kama mtoto huyu, huyo ndiye aliye mkuu katika ufalme wa mbinguni.
Mathayo 18:4

UMUNGOJE BWANA

Sipendi kungojea. Ninapochoka kungojea mama yangu alisema kwamba ninahitaji shugulikia hali yangu ya kufumilia.

Kuwa na uvumulkifu sio jambo raisi hasa wakati unataka kuwa na muda wa kuona video na michezo au jambo kama hilo. Uvumilifu ni jambo lisilo lepesi wakati unamngojea Bwana ajibu maombi yako. Lakini ni jambo la muhimu sana kungojea.

Unapokuwa na uvumilifu kwa Mungu inaonyesha kwamba una mwamini na kumpenda kuliko jambo lolote.

MAENEO YA UAMINIFU

Je unafikiri ni jambo gumu kuwa mvumilifu _____ ndio _____ la

Mtaje mtu ambaye wewe hautakuwa mvumilifu; Je ni ndugu yako, dada yako! Andika majina yao:_____

Muulize Mungu akusaidie uwe mvumilifu na mtu yule. Muahidi Mungu kwamba utajizoesha hali ya kuvumilia na mtu yule siku mbili zinazofuata. Waelezee wazazi kile unaenda kufanya.

Kifungu cha kukariri

Nami nitawarudishia hiyo miaka iliyoliwa na nzige, na parave, na madumadu, na tunutu, Jeshi langu kubwa nililotuma kati yenu. Mtakula chakula tele na kushiba, na kulihimidi jina la Bwana, Mungu wenu, aliyewatendea mambo ya ajabu, na watu wangu hawata aibika kamwe.
Joel: 2:25-26

MUNGU AMEKWISHA KUFANYA JAMBO JIPYA

Alifanya hivyo. Umefaulu kutimiza siku ya Arobaini (40)

Mama yangu aliniambia nikwambie kuwa yeye anajivunia wewe.

Na unajua nini? Mungu anajivunia wewe pia!

Sasa umetambua jinsi yakuwa mtoto wa kujiachilia kwa kufanya kama mtoto. Akikisha unawafundisha watoto wengine kufanaya jambo hilo la kufunga.

Kumbuka kuwa Mungu anakupenda. Anaenda kukubari na kukufanya kila mojawapo ya ndoto yako imetimia. Kwa hivyo usikate tamaa. Endelea kujiachilia kwake.

www.ingramcontent.com/pod-product-compliance
Lightning Source LLC
LaVergne TN
LVHW081400060426
835510LV00016B/1921